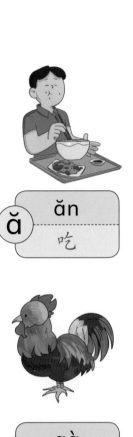

ă ăn 吃

â quần 褲子

b bà 奶奶

c cá 魚

g gà 雞

h hoa 花

i vịt 鴨子

k kim 針

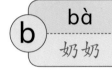

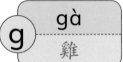

ô ông 爺爺

ơ ớt 辣椒

p pin 電池

q quạ 烏鴉

ư dưa hấu 西瓜

v Việt Nam 越南

x xe máy 機車

y yếm 圍兜

Bảng chữ cái
越南語字母表

a | anh
哥哥

d | dê
羊

đ | đồng hồ
時鐘

e | em
弟弟妹妹

ê | lê
梨

l | lá
樹葉

m | mẹ
媽媽

n | na
釋迦

o | ong
蜜蜂

r | rắn
蛇

s | sóc
松鼠

t | tiền
錢幣

u | Úc
澳洲

陪你快樂學越南語

曾秀珠 主編

林綺琴、武氏金容
杜氏明玉、黃日麗 著

VIETNAM

五南圖書出版公司 印行

編輯要旨

一、 本套《東南亞語文系列學習教材--陪你快樂學越南語》係為推動個人學習東南亞語文之學習教材，以提升其多元語言能力，強化國際公民素養與國際競爭力為要旨，也可以作為全國新住民語文學習教材的後續補充。

二、 本書內容由日常生活中出發，分為「食」、「衣」、「住」、「行」、「育樂」五大主題，用飲食、水果、飲料、稱謂、服飾、顏色、建築物、居家空間及電器用品、交通工具、時間、數字、星期、禮貌用語和休閒育樂活動等學習內容。

三、 本書敍寫格式方面，概分為對話、詞彙群、語文練習、文化園地、拼讀練習等五個部分，以生活實用為主，藉由生動活潑的內容，提昇其學習動機。

四、 對話場景以東南亞國家為第一現場，期待藉由本書連結當地的生活，讓學習者在類真實的情境中學習。

五、 課程編撰未盡理想之處，敬祈各界人士指正並提供改進意見。

目錄

越南語字母表
編輯要旨

飲食篇
Ẩm thực

🎧 Mẹ ：Hoa ơi, con thích ăn hoa quả gì?

媽媽 ：花，妳喜歡吃什麼水果？

Hoa：Mẹ ơi, con thích ăn mít.

花 ：媽媽，我喜歡吃波羅蜜。

Mẹ ： Mít ở đây vừa thơm vừa ngọt.

媽媽 ： 這裡的波羅蜜又香又甜。

Hoa ： Con cũng thích ăn sa-pô-chê.

花 ： 我也喜歡吃人心果。

Mẹ ： Được rồi! Mẹ con mình sẽ mua một kg mít và
hai kg sa-pô-chê.

媽媽 ： 好啊！我們買一公斤的波羅蜜和兩公斤的人心果。

二、基本詞彙 🎧

mẹ
媽媽

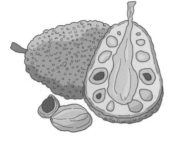

mít
波羅蜜

ăn 吃　**cảm ơn** 謝謝

uống 喝　**thích** 喜歡　**xin lỗi** 對不起

**sa-pô-chê /
hồng xiêm**
人心果

xoài
芒果

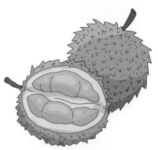

sầu riêng
榴槤

vú sữa
牛奶果

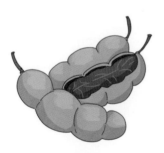

me
羅望果

măng cụt
山竹

bòn bon
蘭撒果

mía
甘蔗

chua 酸
ngọt 甜

mua 買
bán 賣

thơm 香
cay 辣

bưởi
柚子

chuối
香蕉

đu đủ
木瓜

khế
楊桃

nho
葡萄

dưa hấu
西瓜

nước dừa
椰子水

nước tắc
金桔汁

nước mía
甘蔗汁

nước chanh
檸檬水

sinh tố đu đủ
木瓜冰沙

cà phê
咖啡

không	một	hai	ba	bốn	năm
0	1	2	3	4	5
sáu	bảy	tám	chín	mười	
6	7	8	9	10	

ông nội

爺爺

bà nội

奶奶

bố/ba/cha

爸爸

ông ngoại

外公

bà ngoại

外婆

anh trai

哥哥

chị gái

姐姐

em trai

弟弟

em gái

妹妹

thích	喜歡
thích ăn	喜歡吃
thích ăn mít	喜歡吃波羅蜜
Con thích ăn mít.	我喜歡吃波羅蜜。

cũng thích	也喜歡
cũng thích ăn	也喜歡吃
cũng thích ăn sa-pô-chê	也喜歡吃人心果
Con cũng thích ăn sa-pô-chê.	我也喜歡吃人心果。

và	和
mít và sa-pô-chê	波羅蜜和人心果
bố và mẹ	爸爸和媽媽
Bố và mẹ cũng thích ăn mít và sa-pô-chê.	爸爸和媽媽也喜歡吃波羅蜜和人心果。

vừa .... vừa	又……又……
vừa thơm vừa ngọt	又香又甜
Mít vừa thơm vừa ngọt.	波羅蜜又香又甜。

1. Con thích ăn hoa quả gì?	你喜歡吃什麼水果？
Con thích ăn mít.	我喜歡吃波羅蜜。
2. Bố thích uống gì?	爸爸喜歡喝什麼飲料？
Bố thích uống cà phê.	爸爸喜歡喝咖啡。
3. Anh trai thích ăn sa-pô-chê, cũng thích ăn đu đủ.	哥哥喜歡吃人心果，也喜歡吃木瓜。
4. Bà nội thích ăn sầu riêng, cũng thích ăn măng cụt.	奶奶喜歡吃榴槤，也喜歡吃山竹。
5. Sầu riêng vừa thơm vừa ngọt, em thích ăn.	榴槤又香又甜，我喜歡吃。
6. Nước chanh vừa chua vừa thơm, em thích uống.	檸檬汁又酸又香，我喜歡喝。
7. Gỏi đu đủ vừa chua vừa cay, em thích ăn.	涼拌木瓜又酸又辣，我喜歡吃。

六、語文活動：拼音練習

(一) 認識字母的大、小寫

大寫	小寫	字母詞彙	
A	a	anh trai 哥哥	ba 三／爸爸
Ă	ă	năm 五	ăn 吃
Â	â	cậu 舅舅	dưa hấu 西瓜
B	b	bảy 七	bà nội 奶奶
C	c	cá 魚	cà phê 咖啡

(二) 拼音練習

拼音	a	ai	an	am	ia	ay	anh	ua	au

c + a + ´	→	cá 魚	h + ai	→	hai 二
b + an + ´	→	bán 賣	t + am + ´	→	tám 八
m + ia + ´	→	mía 甘蔗	c + ay	→	cay 辣
c + anh	→	canh 湯	ch + ua	→	chua 酸
s + au + ´	→	sáu 六			

(三) 寫寫看

chữ hoa 大寫			chữ thường 小寫		
A			a		
Ă			ă		
Â			â		
B			b		
C			c		

㈣ 拼拼看、寫寫看

	a	an	ai	ua	anh
b	ba	ban	bai	bua	banh
c	ca	can	**cai**	cua	canh
d	da	**dan**	dai	dua	danh
đ	đa	đan	đai	đua	**đanh**
n	na	nan	nai	**nua**	nanh

七、語文練習

㈠ 寫出（　　）裡的越南文。

1. Em thích ăn (　　　　　), cũng thích ăn (　　　　　).
   我喜歡吃（芒果），也喜歡吃（榴槤）。

2. Bà nội thích uống (　　　　　).
   奶奶喜歡喝（金桔汁）。

3. Ông ngoại thích uống (　　　　　), cũng thích uống
   (　　　　　).
   外公喜歡喝（甘蔗汁），也喜歡喝（檸檬水）。

(二) 連一連

1.

xoài　　　chuối　　　khế　　　sa-pô-chê　　　bưởi

2.

bà nội　　　bà ngoại　　　ông nội　　　anh trai　　　em gái

(三) 算一算，用越南語寫出答案。

2 + 5 =		1 + 3 =	
6 + 4 =		8 − 3 =	
9 − 1 =		4 − 2 =	
5 + 4 =		7 − 1 =	

(四) 寫寫看、念念看

chua			cay		
ăn			uống		
nho			thích		
cà phê			nước dừa		
ngọt			xoài		
một			sáu		
hai			bảy		
ba			tám		
bốn			chín		
năm			mười		

(五) 句型練習

句型一：thích（喜歡）

Bố		mít.
	thích ăn	

句型二：cũng thích（也喜歡）

Cậu		sầu riêng.
	cũng thích ăn	

句型三：...... thích ......, ... cũng thích .....
　　　　（喜歡……也喜歡……）

Mẹ		bưởi,	cũng thích ăn	nho.
	thích ăn			
	thích uống	nước chanh,	cũng thích uống	cà phê.

　　傳說，雄王六世想傳位給兒子，於是把他們都叫來，雄王六世說：「春節快要到了，誰能夠帶回最稀有，最美味又具有意義的菜餚來祭拜祖先，誰就能繼承王位。」各個王子聽完後，無不絞盡腦汁、上山下海去搜尋山珍海味。

　　雄王的第十八位兒子叫朗僚，性格善良，非常孝順，並熱愛農耕生活。但他不知該拿什麼食物當祭品，心中正煩憂著。

　　有一天晚上，他做了一個夢，夢中有神仙跟他說：「天下稻米是最珍貴的，因為人們須靠稻米而活，可以用稻米去製作點心，一種做成方形的，用綠色葉片包起來，象徵肥沃的大地；一種做成圓形的白色點心，象徵廣闊的天空。天為父，地為母。你再把餡料包在點心裡面，意味著父母生兒育女，用愛擁抱著自己的孩子。」

　　國王聽完後十分讚賞，說：「這種米製食品好吃，形狀各異，圓形象徵天，方形象徵地，意義特別，表示天地養育萬眾，子女以此粽子回報父母之恩，也包含對故鄉田野的尊重和珍惜。」

　　雄王六世宣布將王位傳給王子朗僚。自此，粽子便成為了越南的傳統食品，逢年過節人們都要包粽子，以緬懷祖先。

牛肉河粉 Phở bò

到越南旅遊，絕對不能錯過的美食之一就是牛肉河粉。鮮嫩的生牛肉薄片淋上熱騰騰的高湯，除了能聞到濃郁香氣，看著肉片慢慢轉爲粉嫩的玫瑰色澤，更是視覺上的一大享受！越南河粉清澈鮮甜的湯頭，喝起來甘醇順口，是四季皆宜的料理。

法國麵包 Bánh mì Việt Nam

越南曾經是法國的殖民地，所以越南的飲食受其影響多，法國麵包就是其一。在剖半的法國麵包裡，夾入肉片和醃漬的白、紅蘿蔔絲、配上黃瓜、芫荽 (香菜)、辣椒，塗以豬肝醬、奶油及醬料，通常當作早餐、小吃或宵夜。在街邊攤販和餐館裡都買得到，吃得到。

在法國麵包中加入越南食材，是越南人的主食之一，目前還是維持法國麵包的古老作法與味道。製作時，除了用麵粉外，還會加入米粉，質感較脆。一份越南式法國麵包，再搭配一杯咖啡，就成爲越南人一天元氣滿滿的開始。

滴滴咖啡 Cà phê phin

越南冰咖啡是一種滴漏咖啡，加上煉乳和冰塊，就是好喝的冰咖啡，也受到觀光客的喜愛。因爲熱帶氣候影響，越南人相當喜歡喝冰咖啡。越南人早餐必來一杯咖啡，是一天幸福快樂的泉源。

提問

1. 每天早上一杯咖啡，是多數人的醒腦幸福時刻，個人都有所愛的咖啡，說說看自己喜歡的咖啡和滴滴咖啡有什麼不同。
2. 越南河粉四季皆宜，自己試著做一碗清香甘甜的河粉，可以到越南雜貨專賣店購買乾河粉與各式調味料，順便和老闆聊聊越南文化！

衣著篇
Trang phục

🎧Hoa：Ngày mai đi dự tiệc cưới của dì Lan, em
　　　muốn mặc gì?

花　　：明天要參加蘭姨的喜宴，你想穿什麼？

Việt：Em muốn mặc đồ vét.

越　　：我要穿西裝。

Hoa：Chị sẽ mặc áo dài hồng và đeo dây chuyền.

花　　：我穿粉紅色長衫和戴項鍊。

Việt：Chúng mình phải chuẩn bị quà cho dì Lan.

越　　：我們要準備禮物給蘭姨。

áo dài
長衫

mặc/mang 穿	hồng 粉紅色

đeo 戴　　chuẩn bị 準備
đi dự/tham dự 參加

áo bà ba
三婆衫

áo tứ thân
四身衫

quần dài
長褲

quần ngắn
短褲

nón lá
斗笠

hôm qua 昨天
hôm nay 今天
ngày mai 明天

tiệc cưới
喜宴

quà
禮物

三、補充詞彙 🎧

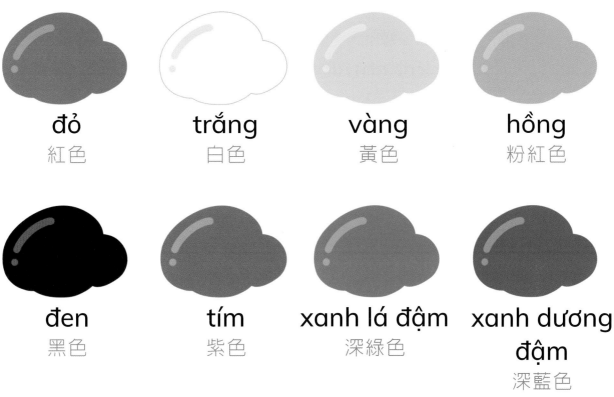

đỏ
紅色

trắng
白色

vàng
黃色

hồng
粉紅色

đen
黑色

tím
紫色

xanh lá đậm
深綠色

xanh dương
đậm
深藍色

xanh lá nhạt
淺綠色

xanh dương nhạt
淺藍色

dài	長	ngắn	短
đậm	深	nhạt	淺
cao	高	thấp	低

túi xách tay
手提包

dây chuyền
項鍊

váy
裙子

áo đầm
洋裝

mũ/ nón
帽子

giày
鞋子

vớ / tất
襪子

dì
阿姨

cậu
舅舅

em
弟弟 / 妹妹

cô
姑姑

chú
叔叔

bác trai
伯父

bác gái
伯母

mặc	穿
mặc đồ vét	穿西裝
mặc đồ vét đi dự tiệc cưới	穿西裝參加喜宴
Em mặc đồ vét đi dự tiệc cưới.	我穿西裝參加喜宴。

đeo	戴
đeo dây chuyền	戴項鍊
mặc áo dài hồng và đeo dây chuyền	穿粉紅色長衫和戴項鍊
Em mặc áo dài hồng và đeo dây chuyền.	我穿粉紅色長衫和戴項鍊。

đi dự	參加
đi dự tiệc cưới	參加喜宴
đi dự tiệc cưới của dì	參加阿姨的喜宴
Chúng mình đi dự tiệc cưới của dì.	我們參加阿姨的喜宴。

Em muốn **mặc** áo trắng.	我要穿白色上衣。
Em muốn **mặc** váy đỏ.	我要穿紅色裙子。
Bố muốn **mang** vớ vàng.	爸爸要穿黃色襪子。
Ngày mai, chúng mình **đi dự** tiệc cưới của dì Lan.	我們明天要參加蘭姨的喜宴。
Hôm qua, chúng mình **đi dự** tiệc cưới của cậu.	我們昨天參加舅舅的喜宴。
Ngày mai, chúng mình đi dự tiệc cưới của dì Lan, em muốn mặc gì?	我們明天要參加蘭姨的喜宴，你要穿什麼？
Em muốn mặc đồ vét.	我要穿西裝。
Ngày mai, chúng mình đi dự tiệc cưới của cậu, em muốn mặc gì?	我們明天要參加舅舅的喜宴，你要穿什麼？
Em muốn mặc áo dài hồng và đeo dây chuyền.	我要穿粉紅色長衫和戴項鍊。

六、語文活動：拼音練習

(一) 認識字母的大、小寫

大寫	小寫	字母詞彙	
D	d	dì 阿姨	dài 長
Đ	đ	đậm 深	đen 黑色
E	e	em 我	vé 票
Ê	ê	tiệc cưới 喜宴	khế 楊桃
G	g	bác gái 伯母	giày cao gót 高跟鞋
H	h	hồng 粉紅色	hôm nay 今天

(二) 拼音練習

拼音	ê	ên	êp	iêc	iên	iêt	iêu	uyên

d + ê	→	dê 羊	đ + ên + ´	→	đến 到
b + êp + ´	→	phòng bếp 廚房	t + iêc + ·	→	tiệc cưới 喜宴
v + iên	→	công viên 公園	b + iêt + ·	→	biệt thự 別墅
t + iêu	→	hạt tiêu 胡椒	th + uyên + `	→	thuyền 船

(三) 寫寫看

chữ hoa 大寫			chữ thường 小寫		
D			d		
Đ			đ		
E			e		
Ê			ê		

chữ hoa 大寫				chữ thường 小寫			
G				g			
H				h			

㈣ 拼拼看、寫寫看

	ê	ên	iên	iêu	uyên
d	dê		diên	diêu	duyên
đ	đê		điên	điêu	
h	hê	hên	hiên		huyên
k	kê	kên	kiên	kiêu	
m	mê	mên	miên	miêu	

七、語文練習

㈠ 寫出 (　　) 裡的越南文。

1. Em muốn (　　　　) áo hồng và (　　　　) (　　　　).
   我要（穿）粉紅色上衣和（黑色）（裙子）。

2. Chúng mình phải (　　　　) (　　　　) cho dì Lan.
   我們要（準備）（禮物）給蘭姨。

3. (　　　　), chúng mình (　　　　) (　　　　) của
   Việt.
   我們（明天）要（參加）越的（生日會）。

(二) 連一連 :

1.

vàng   xanh lá   tím   đỏ   xanh dương

2.

quần   giày   vớ   áo đầm   mũ

3.

áo vàng   váy đỏ   quần đen   áo đầm hồng

(三) 寫出相反的詞彙

chua		dài	
	mua		nhạt

衣著篇　**27**

mặc			mũ		
đỏ			áo dài		
xanh lá			áo		
vàng			váy		
vớ			tiệc cưới		
quần			quần dài		
quà			hôm nay		
giày			ngày mai		
hôm qua			đi với		
chuẩn bị			giày		

㈤ 句型練習

句型一：mặc（穿）

Bố			quần	đen.
	muốn	mặc		

句型二：đi dự（參加）

Ngày mai,	bố		tiệc cưới		cô.
		đi dự		của	

㈥ 回答問題

1. Mẹ muốn mặc gì đi làm?
   媽媽要穿什麼衣服去上班？
   Mẹ muốn mặc (　　　　　)(　　　　　)(　　　　　).
   媽媽要穿綠洋裝去上班。

2. Anh trai muốn mang giày gì đi học?
   哥哥要穿什麼鞋子去上學？
   Anh trai muốn mang (　　　　　)(　　　　　)(　　　　　).
   哥哥要穿白色鞋子去上學。

㈦ 寫出相反的詞彙

đen		nhạt		áo
	dài		cao	

在越南，有一句俗諺「螃蟹搬沙填東海，努力白費力氣海仍在」，是形容那些有毅力，卻難以實現願望的人。傳說中的故事是這樣的。

有個名叫「沙蟹」的農夫，在耕種時無意中救了一條蛇，蛇爲感謝救命之恩，送給他一顆聽得懂動物話語的寶石，農夫也隨身攜帶著。

一天他到朋友家做客，朋友要殺飼養的鵝來款待他，鵝爸爸、媽媽爲了誰留下來照顧鵝寶寶，爭先恐後的說「先殺了我吧！」農夫藉由寶石知道事情的眞相，拒絕吃鵝肉。

鵝爸爸感謝農夫也送給他一塊寶石，並說藉由寶石可以看到龍宮，但不可以搖動寶石。農夫好奇的拿著寶石到海邊，看到大海自動分成兩半，出現一條大道。農夫好奇之餘更想知道搖動寶石是否會有另一個奇景，於是用力搖動寶石，卻引起龍宮大地震，龍王趕緊派人一探究竟，發現事實眞相，派人送上大批金銀財寶，只求農夫不再胡鬧。

但是，龍王不甘心損失大筆錢財，派人偷偷擄走農夫的妻子並搶回錢財，農夫爲了救回太太，努力在海中開闢通往龍宮的路，每天不斷的挖沙子往海中倒，無論他如何的努力，海仍然沒有改變。農夫從年輕力壯挖到年老體衰，大海依然，直到死了，倒在沙灘上變成一隻沙蟹，直到現在，這隻沙蟹還不斷的把沙子往海裡倒呢！

奧黛（又稱長衫）Áo dài

奧黛 Áo dài 是越南的傳統衣服，一般稱為長衫。Áo 源於漢語「襖」，而 dài 的意思就是「長」。用絲綢等軟性布料製作，上衣是一件長衫，類似中國旗袍，胸部、袖子的剪裁非常合身，兩側開高叉至腰部，走路時前後兩片裙襬隨風飄逸，下半身配上喇叭筒的長褲，在日常生活的行、坐、臥都很方便，頭上配戴尖頂的斗笠。

三婆衫（又稱三婆衣）Áo bà ba

三婆衫是越南南部的傳統服飾，是上衣短、無領、腰細、袖長而闊的短衫。由於越南氣候炎熱，一年四季，南方人們都喜歡穿黑色三婆衣和長褲，脖子上搭一條毛巾，隨時可以擦汗。三婆衣是越南國家主席胡志明，平時最喜歡穿的休閒服飾。在越南抗美救國戰爭中，三婆衣成為了南方解放軍女戰士的標準服飾。

四身衫（又稱四身襖）Áo tứ thân

四身衫是越南北方女人的傳統服飾，如今四身衣變成了參拜傳統廟會和節日所穿的衣服。由四片衣身組成的高開叉開襟長款服飾，以立領為主。為了方便勞動，發展出前襟打結或交叉繫帶的穿著方式，四身襖在裡面穿 yếm，叫 áo yếm（肚兜），頭上盤纏烏嘴頭巾和穿著黑長褲，頭上搭配圓盤帽子。

提問

1. Áo dài 奧黛和漢民族的旗袍有其淵源，上網查詢這些傳統服飾歷經時代變遷是否有哪些變化？
2. 越南南部的斗笠和越南北部的圓盤帽，各具特色，試著找出為何南北有如此的差異性。

居住篇
Nơi cư trú

🎧Hoa 　　　：Chú sống ở nhà gỗ nhỏ trên núi.
　花 　　　　：叔叔住在山上的小木屋。

Anh trai：Không khí ở đó mát mẻ, trồng rất nhiều rau.
　哥哥 　　：那邊天氣涼爽，種了很多蔬菜。

Hoa　　　：Nhà gỗ tuy nhỏ nhưng đầy đủ tiện nghi.

花　　　：木屋雖然小，但是設備齊全。

Anh trai：Có phòng bếp, phòng ăn, phòng khách,
　　　　　còn có ti vi, tủ lạnh...

哥哥　　：有廚房、餐廳、客廳，還有電視、冰箱等。

Hoa　　　：Chú cũng nuôi cả gà và cá.

花　　　：叔叔也有養雞和魚。

sống 住　　trồng 種　　nuôi 養

gà
雞

vịt
鴨

ngỗng
鵝

heo
豬

cá
魚

dê
羊

cô
姑姑

chú
叔叔

anh họ
表哥

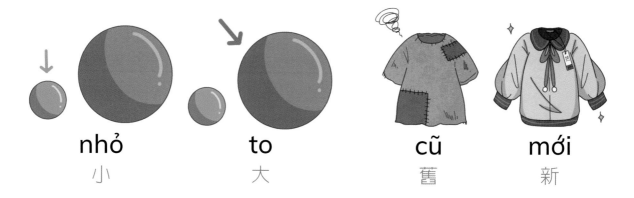

nhỏ
小

to
大

cũ
舊

mới
新

quê
鄉下

thành phố
城市

thấp
矮

cao
高

mát mẻ
涼爽

nóng nực
炎熱

nhà gỗ

木屋

chung cư

公寓

biệt thự

別墅

nhà sàn

高腳屋

rau muống

空心菜

hành

蔥

bắp cải

高麗菜

dưa chuột

黃瓜

tỏi

蒜

ớt

辣椒

cà chua

番茄

hạt tiêu

胡椒

cần tây

芹菜

phòng khách
客廳

phòng ăn
餐廳

phòng bếp
廚房

phòng tắm
浴室

ti vi
電視

tủ lạnh
冰箱

máy vi tính
電腦

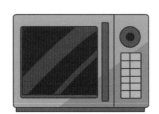

lò vi sóng
微波爐

máy giặt
洗衣機

quạt
電風扇

sống	住
sống ở	住在
sống ở nhà gỗ nhỏ	住在小木屋
sống ở nhà gỗ nhỏ trên núi	住在山上的小木屋
Chú sống ở nhà gỗ nhỏ trên núi.	叔叔住在山上的小木屋。
tuy ...... nhưng......	雖然 ...... 但是 ......
tuy nhỏ nhưng đầy đủ tiện nghi	雖然小，但是設備齊全
Nhà gỗ tuy nhỏ nhưng đầy đủ tiện nghi.	木屋雖然小，但是設備齊全。
nuôi	養
nuôi gà	養雞
cũng nuôi cả gà và cá	也養雞和魚
Chú cũng nuôi cả gà và cá.	叔叔也有養雞和魚。
trồng	種
trồng rau	種蔬菜
trồng rất nhiều rau	種很多蔬菜
Ông nội trồng rất nhiều rau.	爺爺種很多蔬菜。

Chú sống ở đâu?	叔叔住在哪裡？
Chú sống ở nhà gỗ nhỏ trên núi.	叔叔住在山上的小木屋。
Cô sống ở đâu?	姑姑住在哪裡？
Cô sống ở chung cư to trong thành phố.	姑姑住在城市的大公寓裡。

Phòng khách có quạt, cũng có cả ti vi.	客廳有電風扇，也有電視。
Anh họ nuôi gà, cũng nuôi cả cá.	表哥有養雞，也有養魚。
Chú trồng bắp cải, cũng trồng cả hạt tiêu.	叔叔有種高麗菜，也有種胡椒。
Nhà gỗ tuy nhỏ nhưng đầy đủ tiện nghi.	木屋雖然小，但是設備齊全。
Biệt thự tuy cũ nhưng rất mát mẻ.	別墅雖然舊，但是很涼爽。

六、語文活動：拼音練習

(一) 認識字母的大、小寫

大寫	小寫	字母詞彙	
I	i	vịt 鴨	ti vi 電視
K	k	kí 公斤	kể chuyện 講故事
L	l	tủ lạnh 冰箱	lò vi sóng 微波爐
M	m	mát mẻ 涼爽	máy vi tính 電腦
N	n	nóng nực 炎熱	nuôi 養

(二) 拼音練習

拼音	i	in	it	ich	inh	ai	oi	iêu

t + i	→	ti vi 電視	ch + in + ´	→	chín 九
m + it + ´	→	mít 波羅蜜	th + ich + ´	→	thích 喜歡
t + inh + ´	→	máy vi tính 電腦	c + ai + '	→	bắp cải 高麗菜
t + oi + '	→	tỏi 蒜	t + iêu	→	hạt tiêu 胡椒

(三) 寫寫看

chữ hoa 大寫		chữ thường 小寫	
I		i	
K		k	
L		l	
M		m	
N		n	

㈣ 拼拼看、寫寫看

	i	in	inh	**ai**	oi
l	li		linh	lai	loi
m	mi	min	minh	**mai**	moi
n	ni	nin	**ninh**	nai	noi
r	ri	rin	rinh	rai	**roi**
s	si	**sin**	sinh	sai	soi

七、語文練習

㈠ 連一連
1.

lò vi sóng　　　ớt　　　hành　　　quạt　　　bắp cải

2.

vịt　　　gà　　　ngỗng　　　heo　　　dê

(二) 選出正確的答案

1. Nhà gỗ nhỏ trên núi (mát mẻ).

（　　　）山上的小木屋很（①小②涼爽③舊④炎熱）。

2. Chú sống ở nhà gỗ nhỏ (trên núi).

（　　　）叔叔住在（①山上②海邊③鄉下④城市）的小木屋。

3. Chú cũng nuôi cả (gà) và (cá).

（　　　）叔叔也有養（①羊和豬②雞和鵝③羊和鴨④雞和魚）。

(三) 把意思相反的語詞連一連

nhỏ　　　quê　　　cũ　　　nóng nực　　　cao

thành phố　　　thấp　　　to　　　mới　　　mát mẻ

（四）寫寫看、念念看

sống			trồng		
nuôi			rau		
nhỏ			to		
quê			thành phố		
cà chua			phòng ăn		
quạt			phòng bếp		
hạt tiêu			ớt		
anh họ			tủ lạnh		
nhà gỗ			chung cư		
gà			vịt		

(五) 句型練習

1. 照樣寫寫看

句型一：sống ở（住在）

Chú		nhà gỗ	nhỏ.
	sống ở		

2. 回答問題

(1) Nhà gỗ nhỏ có những tiện nghi gì?

小木屋裡有什麼設施？

Nhà gỗ nhỏ có (　　　　), (　　　　) và (　　　　).

小木屋裡有（電視）、（冰箱）和（電風扇）。

(2) Nhà vườn trồng rau gì?

庭園裡種了什麼蔬菜？

Nhà vườn trồng (　　　　), (　　　　), (　　　　)

và (　　　　).

庭園裡種了（蔥）、（番茄）、（黃瓜）和（高麗菜）。

(3) Chú nuôi con vật gì?

叔叔養了什麼動物？

Chú nuôi (　　　　) và (　　　　).

叔叔有養了（雞）和（魚）。

故事篇　牛奶果樹的故事

　　很久以前，村裡有個男孩，父親早逝，與母親相依為命，媽媽對他寵愛有加，他卻常把媽媽的告誡當耳邊風。

　　他會拔掉雞毛綁在小貓的尾巴上，再去追趕小貓；也會拿石頭去砸鄰居家的小雞；尤其是亂摘鄰家的花，亂砍鄰家的樹，讓鄰居恨得牙癢癢的，也常被鄰居們投訴告狀。

　　媽媽聽了鄰居的控訴，心中很生氣，大聲責罵他，小男孩認為媽媽不再愛他而離家出走。媽媽到處找不到他，心中悔恨不已，每天坐在門口等著心愛的兒子返家，但日子一天一天的過去，她卻失望又傷心，沒能等到孩子歸來就死了。

　　小男孩在外流浪，生活潦倒，想到媽媽對他的好，忍不住興起回家的念頭，走了很久終於回到家裡，對著家中大聲喊著「媽媽，我回來了」，但始終不見媽媽的身影，卻見門口有一棵樹，那是以前所沒有的，他抱著這棵樹大聲哭著，一陣風吹過，樹葉片片飄落，也掉下一顆顆裂著隙縫的果實。他餓了，敲開果核，看見白色的果肉流出乳白色的果汁，像極了小時候喝的奶，他嘗了一口說：「這是媽媽的乳汁，又香又甜啊！」於是這棵樹就被叫做牛奶果樹，果實叫做奶果了。

住的傳說－高腳屋 Nhà sàn

自古以來高腳屋就是氣候濕潤、雨量充沛的亞熱帶地區普遍的居住形式，結構簡單紮實，主要分爲上、下兩層，並由竹子、藤條、茅草建蓋，再逐漸發展爲堅固的木屋。

根據越南傳說，古時少數民族住在海拔高又偏僻的山林裡，爲了避免野獸攻擊和潮濕的地面，蓋高腳屋居住。人們也利用屋子離地的空間豢養家禽、家畜，或儲放農作物，是多功能的建築物。

至今越南旅遊業盛行高腳屋的體驗行程，住在高腳屋的半開放空間，夜晚沉浸在涼風和蟲鳴聲中，讓旅客享受遠離塵囂的幽靜。如此野趣十足的旅宿，將人們帶回少數民族的傳統生活之中！

竹子屋 Nhà tre

因氣候變遷，熱浪一波波來襲，現代鋼筋水泥、玻璃帷幕等建材，吸熱快，人們想圖個涼快，便回想起天然素材建造的木屋、竹屋。

竹子是越南傳統建築中常用的材料，具有延展性，也能確保硬度（比橡木硬 27%），有建築界「綠色鋼」之稱。在越南有保存 200 多年的老竹屋，仍完好如初。竹子不僅可用於內部和外部結構，還有良好的隔熱性，降低房屋吸附的熱能，是防熱的優良建材，適合濕熱的氣候。現在更多人蓋屋之際，會想要住在樸實的竹屋裡，遠離熱氣。

提問

1. 說說看為什麼到越南旅遊，住高腳屋變成一種流行？
2. 住在竹屋裡最大的享受為何？

交通篇
Giao thông

🎧Hoa：Sáng nay bạn đi học bằng phương tiện giao thông gì?

花　：你今天早上搭什麼交通工具上學？

An　：Mình đi từ nhà đến trường bằng xe máy.

安　：我從家裡坐摩托車到學校。

Hoa：Buổi chiều bạn vẫn muốn đến nhà bà nội à?
　　　Đi bằng gì?

花　　：你下午還要去奶奶家嗎？怎麼去？

An　：Mình đi bằng xe buýt. Còn bạn?

安　　：我要搭公車回家。你呢？

Hoa：Mình cũng muốn về nhà bằng xe buýt.

花　　：我也要搭公車回家。

xe buýt
公車／巴士

đi 去　buổi sáng 早上

đi bằng (muốn đi bằng) 搭（要搭）／坐
về nhà (muốn về nhà) 回家（要回家）
đến 到　　　　　　đi học 上學

xe lửa
火車

ô tô/xe hơi
汽車

xe khách
客車

máy bay
飛機

xe máy
摩托車

xích lô
三輪車

xe đạp
腳踏車

thuyền
船

đi bộ
走路

nhà
家

trường
學校

bệnh viện
醫院

công viên
公園

nhà thờ
教堂

bưu điện
郵局

bến xe
車站

rạp chiếu phim
電影院

buổi trưa 中午　　　buổi chiều 下午
buổi tối　晚上

gì 什麼
đi từ ...... đến ......

đi từ 從
從......到......

đi bằng	搭
đi bằng xe buýt	搭公車
đi học bằng xe buýt	搭公車上學
Mình đi học bằng xe buýt.	我搭公車上學。

đi từ	從
đi từ nhà	從家裡
đi từ nhà đến trường	從家裡到學校
Mình đi từ nhà đến trường bằng xe buýt.	我從家裡搭公車到學校。

vẫn muốn	還要
vẫn muốn đến	還要去
vẫn muốn đến nhà bà nội	還要去奶奶家
Bạn vẫn muốn đến nhà bà nội à?	你還要去奶奶家嗎？

Chị gái đi học bằng xe buýt.	姐姐搭公車去上學。
Mình về nhà bằng xe lửa.	我搭火車回家。
Anh trai đi làm bằng xe máy.	哥哥騎摩托車去上班。
Mình đi từ nhà đến trường bằng xe buýt.	我從家裡搭公車到學校。
Mẹ đi từ nhà đến bưu điện bằng xe đạp.	媽媽從家裡騎腳踏車到郵局。
Bố đi từ nhà ông nội đến bệnh viện bằng xe máy.	爸爸從爺爺家騎摩托車到醫院。
Mình muốn về nhà bằng xe máy, bạn ấy cũng muốn về nhà bằng xe máy.	我要坐摩托車回家，他也要坐摩托車回家。
Em trai muốn ăn xoài, em gái cũng muốn ăn xoài.	弟弟要吃芒果，妹妹也要吃芒果。
Chú muốn trồng cà chua, bố cũng muốn trồng cà chua.	叔叔要種番茄，爸爸也要種番茄。

六、語文活動：拼音練習

(一) 認識字母的大、小寫

大寫	小寫	字母詞彙	
O	o	nhỏ 小	có 有
Ô	ô	nhà gỗ 木屋	thành phố 城市
Ơ	ơ	cảm ơn 謝謝	ớt 辣椒
P	p	đèn pin 手電筒	pin 電池
Q	q	con quay 陀螺	hoa quả 水果
R	r	rất 很	rau 蔬菜

(二) 拼音練習

拼音	ơ	ơi	ơm	ơt	ươn	ương	ươi

ph + ơ + ̉	→	phở 河粉		h + ơi	→	xe hơi 汽車
th + ơm	→	thơm 香		ơt + ́	→	ớt 辣椒
v + ươn + ̀	→	nhà vườn 庭園		tr + ương + ̀	→	trường 學校
b + ươi + ̉	→	bưởi 柚子				

(三) 寫寫看

chữ hoa 大寫				chữ thường 小寫			
O				o			
Ô				ô			
Ơ				ơ			
P				p			
Q				q			
R				r			

58　陪你快樂學越南語

（四）拼拼看、寫寫看

	ơ	ơi	ơm	ươi	ương
b	bơ	bơi	bơm	bươi	bương
c	cơ	cơi	cơm		cương
d	dơ	dơi			dương
l	lơ	lơi			lương
s	sơ		sơm	sươi	sương

七、語文練習

（一）連一連

1.

·   ·   ·   ·   ·

·   ·   ·   ·   ·

xe đạp   xe lửa   máy bay   ô tô   thuyền

2.

晚上	中午	學校	家	搭	回家
•	•	•	•	•	•
•	•	•	•	•	•
buổi trưa	buổi tối	nhà	trường	đi bằng	về nhà

（二）選出正確的答案

1.（　　　　　）bạn vẫn muốn về nhà bằng xe máy?

（　　　）（① buổi chiều　② buổi tối　③ buổi sáng
④ buổi trưa)

你（下午）還要坐摩托車回家嗎？

2. Mình đi từ nhà đến (　　　　　) bằng xe máy .

（　　　）（① công viên　② bưu điện　③ trường　④ bệnh
viện)

我從家裡坐摩托車到（學校）。

3. Mình cũng muốn về nhà bằng (　　　　　) .

（　　　）（① ô tô ② xe lửa ③ xe đạp ④ thuyền)

我也要搭（火車）回家。

(四) 寫寫看、念念看

đi bằng			về nhà		
đến			đi bộ		
xe lửa			thuyền		
máy bay			xe đạp		
xe máy			ô tô		
nhà hàng			xe buýt		
bệnh viện			trường		
buổi trưa			bưu điện		
buổi chiều			công viên		
buổi tối			bến xe		

（五）句型練習

1. 照樣寫寫看

句型一：đi ……bằng（搭）

Mẹ		thăm bà nội		xe lửa.
	đi		bằng	

句型二：đi từ......đến（從……到……）

Mẹ		bưu điện		bệnh viện		xe máy.
An	đi từ		đến		bằng	
Ông nội						

2. 回答問題

Bây giờ là mấy giờ?

現在幾點鐘？

Bây giờ là (   ) (   ).

現在是早上 7 點整。

Bây giờ là (   ) (   ).

現在是早上 9 點半。

Bây giờ là (   ) (   ).

現在是中午 12 點半。

Bây giờ là (   ) (   ).

現在是下午 5 點 50 分。

Bây giờ là (   ) (   ).

現在是晚上 10 點整。

　　越南有句俗諺「夫唱婦隨，就能舀乾海水。」意思是只要夫妻同心協力，就能完成一件不可能的事。

　　相傳海底有黃金寶藏，大家都想得到，但是海那麼大，怎麼可能有舀乾的一天？人們都存疑著。

　　有一對要好的朋友鯨與劍，在各自成家之後，都想完成這個任務。勤勞的鯨夫妻，日以繼夜的想將海水舀乾。他們每天不停地舀，讓海裡的魚群蝦蟹急得不得了，沒有水過活，豈不是死路一條，大家商議後決定送上五個罈罐的黃金，只求鯨夫妻不再舀海水。鯨夫妻得到黃金，家裡經濟大大的改善了。

　　劍知道了這件事，也想如法炮製，約妻子每天到海邊舀水，舀了一天，妻子喊著腰痠背疼，就不願意再舀，隔天好不容易願意跟著劍再去舀，但太陽太大，她不一會兒又嚷道：「熱死我了，趕快回家吧！」二人起了爭執。海裡的魚群蝦蟹們原本也想送他們黃金罈罐，阻止他們繼續舀水，幾天後發現，海水並沒有變少，又常聽他們吵架，決定不理會這件事。劍夫妻終於在吵吵鬧鬧中死在沙灘上，變成沙灘上的沙蟹。

「摩托攬車」盛行 Xe ôm

在越南叫「計程車」，能叫到汽車，也能叫到摩托車。這種「摩托計程車」服務，越南人給它取了個有趣的代稱「攬車」，橫衝直撞於各大街小巷，不抱緊車伕不行，且因車資低，在越南相當盛行。大熱天塞在汽車陣中不好受，所以不只是本地人愛搭，連觀光客也喜歡。

越南機車族這麼多，是因為越南的捷運系統尚未完成，公車班次太少，路線涵蓋度也不高，這種便宜好入手的機車，自然成為大眾的代步工具。

在越南女生的安全帽，後面都有一個圓孔，那是為綁馬尾的女生設計，可以將馬尾從孔中拉出來，就不會把長髮都擠在安全帽裡面。

臥鋪巴士 Xe giường nằm

越南地形狹長，有 1600 公里之長，要前往南越胡志明市、北越首都河內或中越峴港的話，搭飛機最方便。如果只是單純的跨市旅行，那臥鋪巴士是不錯的選擇！其價格便宜，又能直接躺著睡上一晚，可以省旅宿費，又不用像坐公車一樣坐到腰痠背痛！也是不錯的選擇。

提問

比較一下越南的機車和我國的機車，都是都會區裡密度很高的交通工具，對使用者而言，方便性、安全性是必須考量的，說一說你的看法。

育樂篇
Học tập và giải trí

Lan ：Hoa ơi, thứ Bảy này chúng mình đi đâu chơi?

蘭 ：花，星期六我們去哪裡玩？

Hoa ：Chúng mình ra biển chơi.

花 ：我們到海邊玩。

Lan ：Mình muốn mang theo đồ bơi, bóng và xô nước.

蘭 ：我要帶泳衣，球和水桶。

Việt：Mình sẽ rủ cả An và Linh đi nhé.

越　　：我來約安和玲一起去。

Lan　：Mấy giờ chúng mình gặp nhau?

蘭　　：我們幾點見面？

Hoa：Hai giờ chiều, chúng mình gặp nhau ở trước bến xe.

花　　：我們下午兩點在車站前見面。

6
星期六
Saturday

thứ Bảy 星期六

biển/bờ biển
海／海邊

rủ
約

gặp nhau 見面
mang theo (muốn mang theo) 帶（要帶）
ra/đến ⋯⋯ chơi 到⋯⋯玩

con quay
陀螺

bi ve
彈珠

thả diều
放風箏

bơi lội
游泳

bóng nước
水球

bóng
球

đồ bơi
泳衣

xô nước
水桶

1
星期一
MONDAY

thứ Hai
星期一

2
星期二
TUESDAY

thứ Ba
星期二

3
星期三
WEDNESDAY

thứ Tư
星期三

4
星期四
THURSDAY

thứ Năm
星期四

5
星期五
FRIDAY

thứ Sáu
星期五

7
星期日
SUNDAY

Chủ Nhật
星期日

ca hát
唱歌

chơi bóng rổ
打籃球

đá bóng
踢球

leo núi
爬山

khiêu vũ
跳舞

câu cá
釣魚

xem phim
看電影

sân bay
機場

sở thú
動物園

thư viện
圖書館

nhà hàng
餐廳

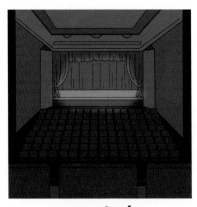

rạp hát
戲院

hiệu sách
書店

chợ
市場

cửa hàng tiện lợi
便利商店

| hôm qua | 昨天 | ngày mai | 明天 |
| hôm nay | 今天 | ngày kia | 後天 |

rủ	約
mình sẽ rủ	我來約
mình sẽ rủ An	我來約安
Mình sẽ rủ An chơi con quay.	我來約安玩陀螺。
gặp nhau	見面
chúng mình gặp nhau	我們見面
thứ Bảy, chúng mình gặp nhau	我們星期六見面
Thứ Bảy, chúng mình gặp nhau ở trước bến xe.	我們星期六在車站前見面。
mang theo	帶
chúng mình mang theo	我們帶
chúng mình mang theo đồ bơi	我們帶泳衣
Chúng mình mang theo đồ bơi và bóng.	我們帶泳衣和球。
ra	到
ra biển	到海邊
ra biển chơi	到海邊玩
Chúng mình ra biển chơi.	我們到海邊玩。

Thứ Bảy, chúng mình gặp nhau ở thư viện.	我們星期六在圖書館見面。
Hôm qua, bọn họ gặp nhau ở trường.	他們昨天在學校見面。
Trưa mai, chúng mình chơi bóng rổ ở trường.	我們明天中午在學校打籃球。
Mấy giờ chúng mình gặp nhau?	我們幾點見面？
Hai giờ chiều, chúng mình gặp nhau ở trước rạp hát.	我們下午兩點在戲院前見面。
Tám giờ sáng, chúng mình gặp nhau ở trước quán ăn.	我們早上八點在小吃店前見面。
Chúng mình mang theo đồ bơi và bóng.	我們帶泳衣和球。
Chúng mình mang theo con quay và diều.	我們帶陀螺和風箏。
Chúng mình ra biển chơi.	我們到海邊玩。
Bọn họ đến rạp chiếu phim xem phim.	他們到電影院看電影。
Các bạn đến sở thú ngắm voi.	同學們到動物園看大象。

六、語文活動：拼音練習

㈠ 認識字母的大、小寫

大寫	小寫	字母詞彙	
S	s	sống 住	buổi sáng 早上
T	t	tủ lạnh 冰箱	từ 從
U	u	rủ 約	chúng mình 我們
Ư	ư	thứ Tư 星期三	xe lửa 火車
V	v	và 和	bi ve 彈珠
X	x	xe máy 摩托車	xích lô 三輪車
Y	y	tuy 雖然	yêu 愛

㈡ 拼音練習

拼音	u	ua	ung	au	âu	uân	uôn

ch + u + ´	→	chú 叔叔	ch + ua	→	chua 酸
c + ung + ˜	→	cũng 也	r + au	→	rau 蔬菜
c + âu + ·	→	cậu 舅舅	ch + uân + ’	→	chuẩn bị 準備
m + uôn + ´	→	muốn 要			

㈢ 寫寫看

chữ hoa 大寫			chữ thường 小寫		
S			s		
T			t		
U			u		
Ư			ư		

chữ hoa 大寫			chữ thường 小寫		
V			v		
X			x		
Y			y		

(四) 拼拼看、寫寫看

	u	ua	uân	**ung**	uôn
h	hu	hua	huân	hung	
m	mu	mua		mung	**muôn**
r	ru	**rua**		rung	ruôn
s	su	sua		**sung**	suôn
t	tu	tua	**tuân**	tung	tuôn

七、語文練習

(一) 連一連

1.

khiêu vũ   bi ve   hiệu sách   con quay   kéo co

2.

Chủ Nhật   thả diều   câu cá   thứ Sáu   bơi lội

(二) 選出正確的答案

(   ) 1. Mình sẽ mang theo (   ).
      ① con quay và bi ve
      ② đồ bơi và xô nước
      ③ bóng và diều
      我會帶（陀螺和彈珠）。

(   ) 2. Lan ơi, (   ) chúng mình ra biển chơi.
      ① thứ Ba   ② thứ Bảy
      ③ Chủ Nhật   ④ thứ Năm
      蘭，（星期六）我們到海邊玩水。

(   ) 3. Hai giờ chiều, chúng mình gặp nhau ở
      (   ).
      ① bến xe   ② hiệu sách
      ③ bệnh viện   ④ công viên
      我們下午兩點在（書店）前見面。

thứ Hai			rạp hát		
thứ Ba			chợ		
thứ Tư			con quay		
thứ Năm			gặp nhau		
thứ Sáu			câu cá		
thứ Bảy			khiêu vũ		
Chủ Nhật			bi ve		
leo núi			ca hát		
đá bóng			chơi bóng rổ		
bơi lội			quán ăn		

（四）句型練習

1.照樣寫寫看

句型一：rủ（約）

Mình			Linh	chơi con quay.
	rủ			

句型二：gặp nhau（見面）

Thứ Sáu,	chúng mình			công viên.
		gặp nhau	ở	

句型三：ra（到）

Chúng mình			biển	chơi.
	ra			

2.回答問題

Mấy giờ chúng mình gặp nhau?

我們幾點見面？

(   ) chúng mình gặp nhau.

我們（晚上 6 點）見面。

(   ) chúng mình gặp nhau.

我們（下午 1 點半）見面。

　　「春節的竹竿」是越南春節習俗，來自民間故事。越南對春節的觀念除了迎新外，還有魔鬼會出來傷害人類的傳說，所以有「Sự tích cây nêu 春節的竹竿」一說，這根竹竿招魂幡可以克制魔鬼的神話故事。

　　「肥肉薑蔥紅對聯，幡旗爆竹大粽粑。」從這句越南過年的俗諺中，了解越南春節期間，不管在稻田上或家門口，到處可見插著一根竹竿的幡旗。相傳很久以前，魔鬼佔有田地，掠奪所有收穫，人民辛苦耕作，卻得看魔鬼的臉色過活，生活十分窮苦，佛祖看到人間疾苦，教導人們用狗血、七葉蘭、蒜頭、石灰粉打敗魔鬼，並要人們在田地上插著竹竿，佛祖還下了咒語，防止惡魔再來騷擾，所以就有春節插竹竿的習俗。

　　越南春節傳統習俗是「臘月三十立迎春竿，大年初七收竿送祖先上天」。立在家門口的迎春竿不僅是驅除舊年的惡氣，也有祈願新年平安的意義。

文廟 Văn Miếu

越南的文廟，是當地華人世界的精神象徵，也是整個東南亞保存孔廟最完善的國家。而保持最好的古蹟「文廟」(又叫孔廟)在河內。它是一座傳統的孔廟建築，建於 1070 年，廟裡祭祀著孔子，和他的弟子孟子、曾子、子思和顏回，足見越南對孔子儒學的重視，更是學子們為求增長智慧和參加考試前，會來燒香拜拜求功名，必定參拜的寺廟，而越南紙鈔十萬元的背面圖案，還有選自孔廟的揆文閣。

除夕採祿 Hái lộc

越南人民在除夕子時過後，會去廟裡祭拜，將折下的樹枝、樹芽帶回家，叫作採祿（Hái lộc），越南的樹芽（Lộc cây）和福祿（Phúc lộc）同音，人們認為樹芽代表產生的意思，因此「採祿」便象徵在新的一年裡官運亨通、萬事如意。另外也把祭拜的供品，分給親朋好友當作散福，亦稱為「祿」。

有趣的漢越詞語

越南曾為漢民族王朝領土的一部分，其生活習慣、語言、節慶等，廣受漢民族文化的影響，尤其語言有很多發音像極了閩南語、客家語。

chú ý	注意	cam	柑	tâm tình	心情
khai hoa	開花	tham gia	參加	từ điển	字典
báo cáo	報告	phát tài	發財	công trường	工廠
tiêu chuẩn	標準	kim、mộc、thủy、hỏa、thổ	金、木、水、火、土		
an toàn	安全	xuân、hạ、thu、đông	春、夏、秋、冬		
cố vấn	顧問	Mã đáo thành công	馬到成功		

解答

七、語文練習

(一) 寫出 (　　) 裡的越南文。

1. Em thích ăn (xoài), cũng thích ăn (sầu riêng).
   我喜歡吃（芒果），也喜歡吃（榴槤）。

2. Bà nội thích uống (nước tắc).
   奶奶喜歡喝（金桔汁）。

3. Ông ngoại thích uống (nước mía), cũng thích uống (nước chanh).
   外公喜歡喝（甘蔗汁），也喜歡喝（檸檬水）。

(二) 連一連

1.

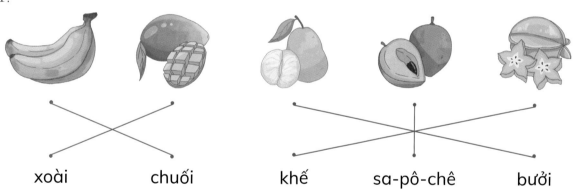

xoài　　　chuối　　　khế　　　sa-pô-chê　　　bưởi

2.

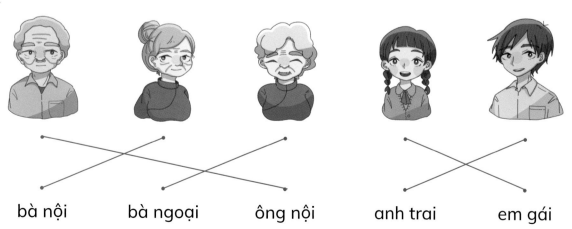

bà nội　　bà ngoại　　ông nội　　anh trai　　em gái

（三）算一算，用越南語寫出答案。

2 + 5 =	bảy	1 + 3 =	bốn
6 + 4 =	mười	8 − 3 =	năm
9 − 1 =	tám	4 − 2 =	hai
5 + 4 =	chín	7 − 1 =	sáu

（五）句型練習

句型一：thích（喜歡）

Bố		mít.
Anh trai	thích ăn	chuối.
Bà ngoại		xoài.

句型二：cũng thích（也喜歡）

Cậu		sầu riêng.
Ông nội	cũng thích ăn	bưởi.
Bà nội		bòn bon.

句型三：...... thích ......, ... cũng thích .....
（喜歡……也喜歡……）

Mẹ		bưởi,		nho.
Bà nội	thích ăn	ổi,	cũng thích ăn	đu đủ.
Dì		khế,		chuối.
Bố	thích uống	nước chanh,	cũng thích uống	cà phê.
Dì		nước mía,		nước tắc.

七、語文練習

㈠ 寫出（　　　）裡的越南文。

1. Em muốn (mặc) áo hồng và (váy) (đen).
   我要（穿）粉紅色上衣和（黑色）（裙子）。

2. Chúng mình phải (chuẩn bị) (quà) cho dì Lan.
   我們要（準備）（禮物）給蘭姨。

3. (Ngày mai), chúng mình (đi dự) (sinh nhật) của Việt.
   我們（明天）要（參加）越的（生日會）。

㈡ 連一連

1.

vàng　　　xanh lá　　　tím　　　đỏ　　　xanh dương

2.

quần　　　giày　　　vớ　　　áo đầm　　　mũ

3.

| áo vàng | váy đỏ | quần đen | áo đầm hồng |

㈢ 寫出相反的詞彙

chua 酸	bán 賣	dài 長	đậm 深
ngọt 甜	mua 買	ngắn 短	nhạt 淺

㈤ 句型練習

句型一：mặc（穿）

Bố				quần	đen.
Bà nội	muốn	mặc		áo	xanh lá.
Em họ			áo đầm		tím.

句型二：đi dự（參加）

Ngày mai,	bố		tiệc cưới		cô.
Hôm nay,	mẹ	đi dự	tiệc cưới	của	dì.
Hôm qua,	em		sinh nhật		bà nội.

㈥ 回答問題

1. Mẹ muốn mặc gì đi làm?
   媽媽要穿什麼衣服去上班？
   Mẹ muốn mặc (áo đầm)(xanh lá)(đi làm.)
   媽媽要穿綠洋裝去上班。

2. Anh trai muốn mang giày gì đi học?
哥哥要穿什麼鞋子去上學？
Anh trai muốn mang (giày)(trắng)(đi học.)
哥哥要穿白色鞋子去上學。

㈦ 寫出相反的詞彙

đen 黑	ngắn 短	nhạt 淺	thấp 低	áo 上衣
trắng 白	dài 長	đậm 深	cao 高	quần 褲子

第三　居住篇 Nơi ở

七、語文練習

㈠ 連一連

1.

lò vi sóng　　　ớt　　　hành　　　quạt　　　bắp cải

2.

vịt　　　gà　　　ngỗng　　　heo　　　dê

（二）選出正確的答案

1. Nhà gỗ nhỏ trên núi (mát mẻ).

　　（②）山上的小木屋很（①小②涼爽③舊 ④炎熱）。

2. Chú sống ở nhà gỗ nhỏ (trên núi).

　　（①）叔叔住在（①山上②海邊③鄉下④城市）的小木屋。

3. Chú cũng nuôi cả (gà) và (cá).

　　（④）叔叔也有養（①羊和豬②雞和鵝③羊和鴨④雞和魚）。

（三）把意思相反的語詞連一連

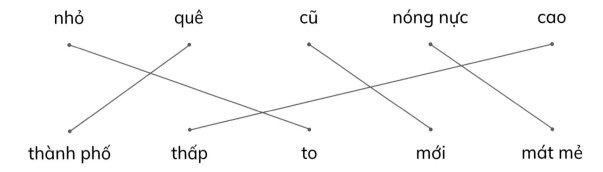

nhỏ　　　quê　　　cũ　　　nóng nực　　　cao

thành phố　　　thấp　　　to　　　mới　　　mát mẻ

（五）句型練習

1. 照樣寫寫看

句型一：sống ở（住在）

Chú		nhà gỗ	nhỏ.
Ông nội	sống ở	biệt thự	to.
Anh trai		chung cư	nhỏ.

2. 回答問題

　　⑴ Nhà gỗ nhỏ có những tiện nghi gì?

　　　　小木屋裡有什麼設施？

　　　　Nhà gỗ nhỏ có (ti vi), (tủ lạnh) và (quạt).

　　　　小木屋裡有（電視）、（冰箱）和（電風扇）。

　　⑵ Nhà vườn trồng rau gì?

　　　　庭園裡種了什麼蔬菜？

　　　　Nhà vườn trồng (hành), (cà chua), (dưa chuột) và (bắp cải).

　　　　庭園裡種了（蔥）、（番茄）、（黃瓜）和（高麗菜）。

　　⑶ Chú nuôi con vật gì?

　　　　叔叔養了什麼動物？

　　　　Chú nuôi (gà) và (cá).

　　　　叔叔有養了（雞）和（魚）。

第四　交通篇 Giao thông

七、語文練習

㈠ 連一連

1.

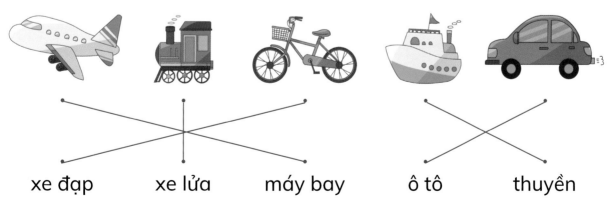

xe đạp　　　xe lửa　　　máy bay　　　ô tô　　　thuyền

2.

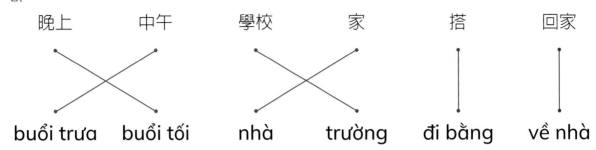

| 晚上 | 中午 | 學校 | 家 | 搭 | 回家 |

buổi trưa   buổi tối   nhà   trường   đi bằng   về nhà

(二) 選出正確的答案

1. (   ) bạn vẫn muốn về nhà bằng xe máy?
(①) (① buổi chiều ② buổi tối ③ buổi sáng ④ buổi trưa)
你（下午）還要坐摩托車回家嗎？

2. Mình đi từ nhà đến (   ) bằng xe máy .
(③) (① công viên ② bưu điện ③ trường ④ bệnh viện)
我從家裡坐摩托車到（學校）。

3. Mình cũng muốn về nhà bằng (   ) .
(②) (① ô tô ② xe lửa ③ xe đạp ④ thuyền)
我也要搭（火車）回家。

(五) 句型練習

1. 照樣寫寫看

句型一：đi ……bằng（搭）

Mẹ		thăm bà nội		xe lửa.
Anh trai	đi	làm	bằng	xe máy.
Chị gái		học		xe buýt.

句型二：đi từ......đến（從……到……）

Mẹ		bưu điện		bệnh viện		xe máy.
An	đi từ	nhà	đến	trường	bằng	xe buýt.
Ông nội		công ty		bưu điện		ô tô.

2. 回答問題

Bây giờ là mấy giờ?

現在幾點鐘？

Bây giờ là (bảy giờ)(sáng.)

現在是早上 7 點整。

Bây giờ là (chín rưỡi)(sáng.)

Bây giờ là (chín giờ ba mươi phút)(sáng.)

現在是早上 9 點半。

Bây giờ là (mười hai rưỡi)(trưa.)

Bây giờ là (mười hai giờ ba mươi phút)(trưa.)

現在是中午 12 點半。

Bây giờ là (năm giờ năm mươi phút)(chiều.)

Bây giờ là (sáu giờ kém mười phút)(chiều.)

現在是下午 5 點 50 分。

Bây giờ là (mười giờ)(tối.)

現在是晚上 10 點整。

七、語文練習

㈠ 連一連

1.

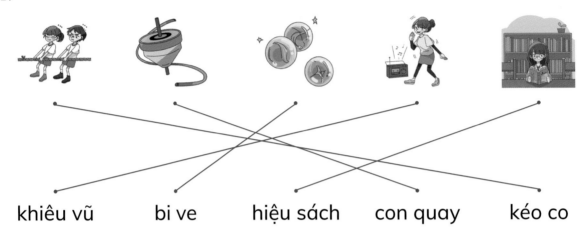

khiêu vũ　　　　bi ve　　　hiệu sách　　con quay　　kéo co

2.

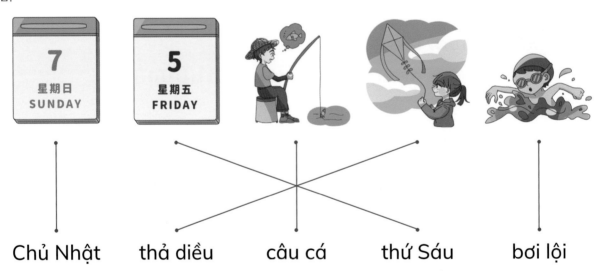

Chủ Nhật　　　thả diều　　　câu cá　　　thứ Sáu　　　bơi lội

㈡ 選出正確的答案

(①) 1. Mình sẽ mang theo (　　　　　　).

　　　① con quay và bi ve　② đồ bơi và xô nước

　　　③ bóng và diều

　　　我會帶（陀螺和彈珠）。

(②) 2. Lan ơi, (　　　　　　) chúng mình ra biển chơi.
　　　① thứ Ba　② thứ Bảy　③ Chủ Nhật　④ thứ Năm
　　　蘭，（星期六）我們到海邊玩水。

(②) 3. Hai giờ chiều, chúng mình gặp nhau ở (　　　　　　).
　　　① bến xe　② hiệu sách　③ bệnh viện　④ công viên
　　　我們下午兩點在（書店）前見面。

㈣ 句型練習

1.

句型一：rủ（約）

Mình		Linh	chơi con quay.
An	rủ	Việt	thả diều.
Chúng mình		bạn ấy	chơi bóng rổ.

句型二：gặp nhau（見面）

Thứ Sáu,	chúng mình			công viên.
Chủ Nhật,	mọi người	gặp nhau	ở	rạp chiếu phim.
Tối thứ Ba,	bọn họ			nhà hàng.

句型三：ra（到）

Chúng mình		biển	chơi.
Bọn họ	ra	công viên	chơi.
Mẹ		chợ	mua rau.

2.回答問題

Mấy giờ chúng mình gặp nhau?

我們幾點見面？

(Sáu giờ tối,) chúng mình gặp nhau.

我們（晚上六點）見面。

(Một giờ rưỡi chiều,) chúng mình gặp nhau.

我們（下午 1 點半）見面。

Note

國家圖書館出版品預行編目資料

陪你快樂學越南語／曾秀珠, 林綺琴, 武氏金
容, 杜氏明玉, 黃日麗著. ——初版. ——
臺北市：五南圖書出版股份有限公司,
2024.06
面；　公分
ISBN 978-626-317-394-1 (平裝)

1.越南語　2.讀本

803.798　　　　　　　　110019344

1XMD

陪你快樂學越南語

主　　編 ― 曾秀珠

編 寫 者 ― 林綺琴、武氏金容、杜氏明玉、黃日麗

發 行 人 ― 楊榮川

總 經 理 ― 楊士清

總 編 輯 ― 楊秀麗

副總編輯 ― 黃惠娟

責任編輯 ― 魯曉玟

封面設計 ― 封怡彤

出 版 者 ― 五南圖書出版股份有限公司

地　　址：106台北市大安區和平東路二段339號4樓

電　　話：(02)2705-5066　　傳　　真：(02)2706-6100

網　　址：https://www.wunan.com.tw

電子郵件：wunan@wunan.com.tw

劃撥帳號：01068953

戶　　名：五南圖書出版股份有限公司

法律顧問　林勝安律師

出版日期　2024年6月初版一刷

定　　價　新臺幣220元